Tulika

பறப்பதற்கு சிறகுகள்

எழுத்து சௌம்யா ராஜேந்திரன்

படங்கள் அருண் கௌஷிக்

மொழிபெயர்ப்பு கார்குழலி

Promoting innovative publishing in education

A NAVAJBAI RATAN TATA TRUST INITIATIVE

This book is supported under the Parag initiative of the Navajbai Ratan Tata Trust.

Parappatharkku Chirakukal (Tamil)

ISBN 978-93-5046-649-0

First published in India, 2015

Originally in English

Published by
Tulika Publishers, 24/1 Ganapathy Colony Third Street, Teynampet, Chennai 600 018, India
email tulikabooks@vsnl.com *website* www.tulikabooks.com

Printed and bound by
Chennai Expo Prints Pvt. Ltd, 9/6 Chakkarapani Street, West Mambalam, Chennai 600 033, India

மாலதி குட்டியிடம் ஒரு சிவப்புப் பாவாடை இருக்கு.
இரண்டு பாக்கெட்டோடு.

அந்த பாக்கெட்டுகள் எதற்காகவென்று அவளுக்குத் தெரியும்.
ஒன்று கடலை மிட்டாய்க்கு. இன்னொன்று புளிப்பு மிட்டாய்க்கு.

அவள் வீட்டுக்கு பக்கத்தில் இருந்த கடையில் உலகத்தில் இருக்கும்
எல்லா இனிப்பும் கிடைக்கும்.

போகிற வழியில் துறுதுறுவென்று ஓடுகிற
கோழிக்குஞ்சுகள் இருந்தன.

கூடவே அவற்றின் கோபக்கார அம்மா கோழியும்.

அவற்றை விரட்டிப் பிடித்து விளையாடுவது ரொம்ப
வேடிக்கையாக இருக்குமில்லையா!

ஜன்னலுக்கு வெளியில் பார்த்தாள் மாலதி.

தரை முழுவதும் பளீர் மஞ்சள் நிறத்தை சிதறியடித்தது போல இருந்தது.

பழுத்த மாம்பழங்கள் மரத்திலிருந்து கீழே விழுந்திருந்தன.

கீழே விழவிழ ஒரு பழத்தைக் கையில் பிடிக்கவேண்டும் என்று அவளுக்கு ஆசையாக இருந்தது . . .

அப்படி செய்யவேண்டும் என்றால், அவள் எழுந்து வெளியில் ஓடவேண்டும்.

ஆனால், மாலதியினால் எப்படி அதைச் செய்யமுடியும்?

அவள்தான் சக்கர நாற்காலியில் இருக்கிறாளே.

மாலதிக்கு ஏழு வயதானது.

சக்கர நாற்காலியில் உட்கார்ந்துகொண்டு
தன் தோளை அசைத்தபடி இருக்கிறாள்.

மேலும் கீழுமாக, மேலும் கீழுமாக.

கூடிய சீக்கிரம் ஒரு ஓட்டப்பந்தயம் நடக்கப் போகிறது. அதில் வெற்றி பெறவேண்டும் என்று ஆசைப்படுகிறாள்.

தன்னைப் போலவே திறமையான பல குழந்தைகள் அதில் கலந்துகொள்வார்கள் என்று மாலதிக்கு தெரியும்.

பதக்கத்தை வெல்லவேண்டும் என்றால் அவள் கடுமையாக பயிற்சி செய்யவேண்டும்.

மாலதிக்கு ஒரு வயதாகும்போது கடுமையான காய்ச்சல் வந்ததால் அவளுடைய காலில் இருந்த சக்தியெல்லாம் போய்விட்டது.

இரண்டு வருடங்களுக்கு அவள் பெற்றோர் அவர்கள் வசித்து வந்த பெங்களூருவில் இருந்த மருத்துவர்களிடம் அவளை அழைத்துச்சென்றனர்.

கடைசியில் வைத்தியம் பார்ப்பதற்காக அவளை சென்னைக்கு கூட்டிச்சென்றனர்.

“உடம்பு நல்லா ஆகணும்னா நீ இங்கேயே தங்கணும்,” என்று மருத்துவர்கள் சொன்னார்கள்.

அதனால், சென்னையில் ஒரு மருத்துவ மையத்தில் கிட்டத்தட்ட பதினைந்து வருடம் தங்கி இருந்தாள் மாலதி.

அவளுடைய அப்பா, அம்மா, இரண்டு அண்ணா, அக்காவை விட்டுவிட்டு.

இனிப்புக்கடையை விட்டுவிட்டு.

கோழிக்குஞ்சுகளையும் அம்மாக் கோழியையும் விட்டுவிட்டு.

புழக்கடையில் விழுந்து கிடக்கும் மாம்பழங்களை விட்டுவிட்டு.

கோடை விடுமுறைக்கு அவள் பெங்களூரு போகும்போதெல்லாம் எல்லோரும் அவளை விழுந்துவிழுந்து உபசரித்தார்கள்.

முக்கியமாக, அவளோட அப்பா. அவளுக்கு அவர் மேலே ரொம்பப் பிரியம்.

அவளோட பெரிய அண்ணா அவளை சைக்கிளின் பின்னால் உட்கார வைத்துக்கொண்டு வீட்டுக்குப் பக்கத்தில் இருக்கும் டெண்டு கொட்டகைக்கு சினிமா பார்க்க கூட்டிக்கொண்டு போவான்!

மாலதிக்கு பல அறுவை சிகிச்சைகளை மருத்துவர்கள் செய்தார்கள்.

உடம்பை ஆரோக்கியமாக வைத்துக்கொள்ள உடற்பயிற்சி செய்யக் கற்றுக்கொடுத்தார்கள்.

தோளை அசைக்கச் சொன்னார்கள். கையை ஆட்டச் சொன்னார்கள். உடம்பை அசைக்கச் செய்தார்கள்.

இதையெல்லாம் செய்வது தனக்கு ரொம்பப் பிடித்திருப்பதை மாலதி உணர்ந்தாள்.

அவளுக்கு உடற்பயிற்சி செய்யப் பிடித்தது. விளையாடப் பிடித்தது.

தான் வெல்ல ஆரம்பித்திருந்த பதக்கங்களையும் பிடித்தது.

மாலதி பெங்களூருவுக்கு திரும்பி வந்தபோது அவளுக்கு பதினெட்டு வயது ஆகியிருந்தது.

விளையாட்டுகளில் அவள் திறமைசாலியாக இருந்தாள்.

மாற்றுத்திறனாளிகளுக்கான முதல் தேசிய விளையாட்டுப் போட்டியில் அவள் இரண்டு தங்கப் பதக்கமும் இரண்டு வெள்ளிப் பதக்கமும் வென்றிருந்தாள்.

அதனால் அவள் பிரபலம் ஆகியிருந்தாள்.

செய்தித்தாளில் அவளைப் பற்றிய செய்தி வந்திருந்தது!

மாலதிக்கு 23 வயது ஆகும்போது அவள் ஒரு வங்கியில் வேலைக்குச் சேர்ந்தாள்.

வேலையில் ரொம்ப திறமைசாலியாக இருந்தாள்.

அவளால் பலபேரின் வங்கி எண்களை நினைவில் வைத்துக்கொள்ள முடிந்தது.

ஒவ்வொருவருடைய வங்கிக் கணக்கிலும் எவ்வளவு பணம் இருந்தது என்று அவர்களால்கூட நினைவில் வைத்துக்கொள்ள முடியவில்லை, ஆனால் அவளால் முடிந்தது.

அதனால் அவளுக்கு நிறைய நண்பர்கள் கிடைத்தார்கள், ரொம்ப நிறைய நண்பர்கள்.

அந்த நேரத்தில் மாலதி ஒரு விளையாட்டு சந்திப்புக்காக அகமதாபாத்துக்கு போனாள்.

தடகள விளையாட்டுக்கு தன் பேரைப் பதிவு செய்தாள்.

அப்போது ஒரு பிரச்சினையை கவனித்தாள்.

அவளைத் தவிர வேறு பெண்கள் யாரும் பதிவு செய்யவில்லை.

“ஆனால், எனக்கு கலந்துக்கணும்னு ஆசையாக இருக்கு,” என்றாள் மாலதி.

“முடியாது!” என்றார்கள் அமைப்பாளர்கள். “குறைந்தது மூன்று பேராவது பங்கேற்கவேண்டும்.”

“ஆனால், நான் தடகள விளையாட்டில் நன்றாக விளையாடுவேன்,” என்றாள் மாலதி.

“மன்னிக்கணும். போட்டி விதிகளை மீற முடியாது,” என்றனர் அமைப்பாளர்கள்.

“ஆனா . . .” என்றாள் மாலதி.

“முடியாது!” என்று மறுத்துவிட்டனர் அமைப்பாளர்கள்.

மாலதிக்கு வருத்தமாக இருந்தது.

அந்தப் பதக்கத்தை வெல்லவேண்டும் என்று அவளுக்கு ஆசையாக இருந்தது. வங்கியில் இருந்த நண்பர்கள் தன்னை நினைத்து பெருமைப்படவேண்டும் என்று நினைத்தாள்.

அவர்களுக்காக அந்தப் பதக்கத்தை வெல்லவேண்டும் என்று எண்ணினாள்.

ஆண்களுக்கான போட்டியில் கலந்துகொள்ள முடிவு செய்தாள்.

“நான் ஆண்களோட போட்டியிடப் போறேன்,” என்று அமைப்பாளர்களிடம் சொன்னாள்.

அந்தப் போட்டியில் தான் வெல்வோம் என அவள் உறுதியாக நம்பினாள்.

34

போட்டியின் தொடக்கக் கோட்டுக்குப் போனபோது அவள் இதயம் வேகவேகமாகத் துடித்தது.

இராணுவத்திலிருந்த ஆண்களோடு அவள் போட்டியிடப் போகிறாள். அவர்கள் எல்லோரும் அவளைவிடப் பெரியவர்களாக, பலசாலியாக இருந்தார்கள்.

அவள் கண்ணை மூடிக்கொண்டாள். தன்னால் முடிந்தவரை அவள் சிறப்பாக செயல்படப் போகிறாள். வேறு எதைப் பற்றியும் சிந்திக்கப் போவதில்லை.

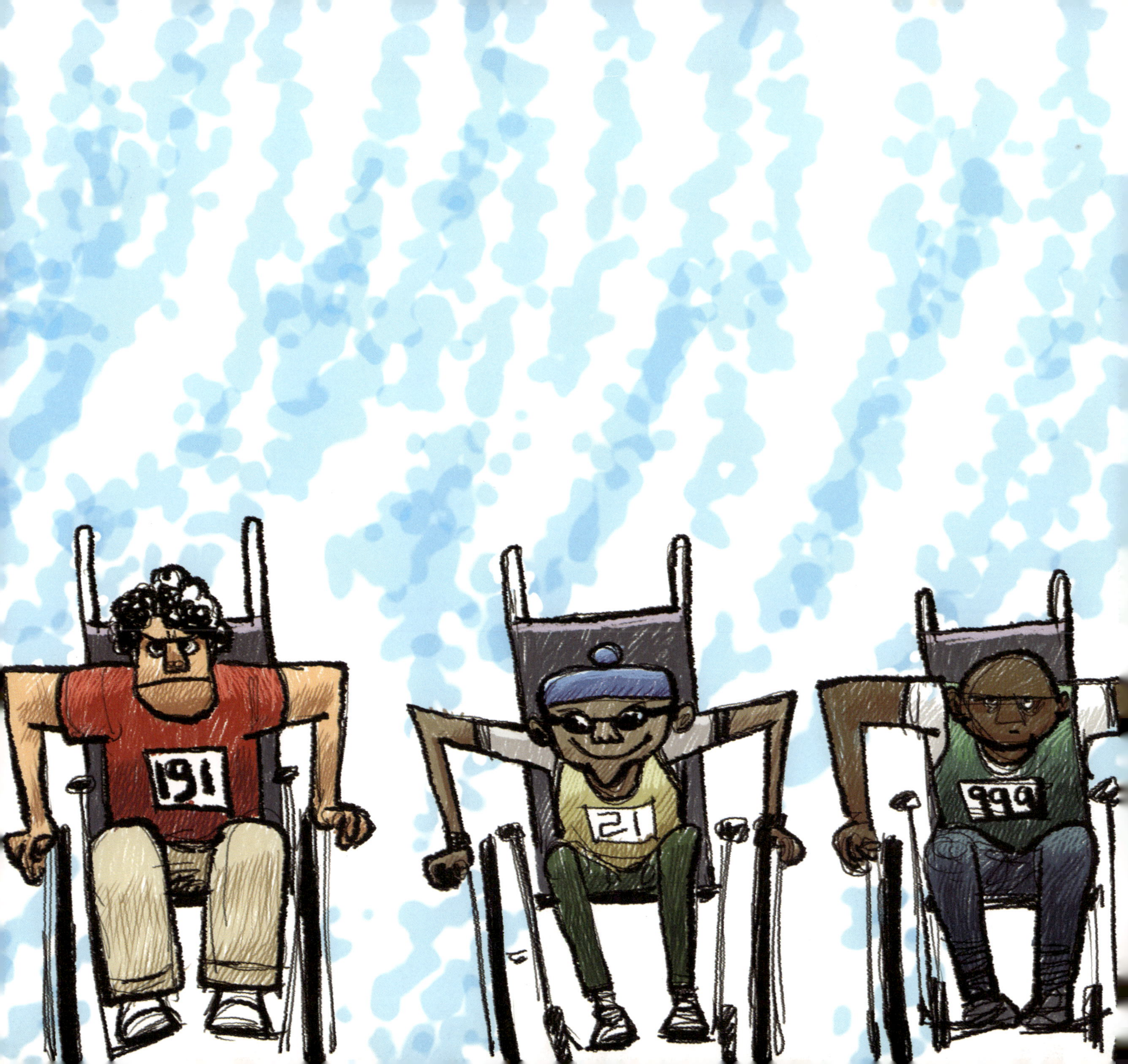

ஒன்று, இரண்டு, மூன்று . . . டுமீல்!

தன்னால் முடிந்தவரை வேகவேகமாக சக்கரத்தை உருட்டினாள் மாலதி.

“நான் கடைசியா இருக்கக்கூடாது. நான் கடைசியா இருக்கக்கூடாது!” என்று வேண்டிக்கொண்டாள்.

கையெல்லாம் காயமாகிவிட்டது. உடம்பெல்லாம் ஒரே வலி.

“நான் கடைசியா இருக்கக்கூடாது. நான் கடைசியா இருக்கக்கூடாது!” என்று வேண்டிக்கொண்டே சக்கரத்தை இன்னும் வேகவேகமாக உருட்டினாள்.

பந்தயம் முடிந்தபோது, மாலதி வேண்டிகொண்டது போலவே கடைசியாக வரவில்லை.

அவள், முதலாவதாக வந்திருந்தாள்!

ஒருவராலும் நம்பமுடியவில்லை. மாலதியால் கூட.

அந்தப் பந்தயம் மாலதிக்கு மறக்கமுடியாத ஒரு பாடத்தைக் கற்றுக் கொடுத்தது. முயற்சி செய்தால் அவளால் கண்டிப்பாக வெற்றிபெற முடியும்.

மாலதியின் கனவுகள் பெரியதாக வளர்ந்தன.

அவள்தான் மாலதி ஹொள்ளா, பறப்பதற்கு சிறகுகள் தேவைப்படாத சிறுமி.